തവളയും തുമ്പിയും

thavalayum thumbiyum
children's literature

•

sathyan thannipuzha

•

first edition
july 2016

•

typesetting & published
chintha publishers, thiruvananthapuram

•

printed
manipal technologies limited

•

cover
midas

വിതരണം

ദേശാഭിമാനി ബുക്ക് ഹൗസ്

H O തിരുവനന്തപുരം-695 035
phone: 0471-2303026, 6063026
www.chinthapublishers.com
chinthapublishers@gmail.com

ബ്രാഞ്ചുകൾ

ഹെഡ്ഡാഫീസ് ബ്രാഞ്ച് കുന്നുകുഴി • സ്റ്റാച്യു തിരുവനന്തപുരം • കെ എസ് ആർ ടി സി ബസ് സ്റ്റേഷൻ ആലപ്പുഴ • കെ എസ് ആർ ടി സി ബസ് സ്റ്റേഷൻ എറണാകുളം • മച്ചിങ്ങൽ ലെയ്ൻ തൃശൂർ • ഐ ജി റോഡ് കോഴിക്കോട് • മാവൂർ റോഡ് കോഴിക്കോട് • എൻ ജി ഒ യൂണിയൻ ബിൽഡിങ് കണ്ണൂർ • സെൻട്രൽ ബസ് ടെർമിനൽ കോംപ്ലക്സ് താവക്കര കണ്ണൂർ

CO - 2366 / 3903
ISBN - 978-93-86112-392

തവളയും തുമ്പിയും

(ബാലസാഹിത്യം)

സത്യൻ താന്നിപ്പുഴ

ചിന്ത പബ്ലിഷേഴ്സ്
തിരുവനന്തപുരം-695 035

സത്യൻ താന്നിപ്പുഴ

എറണാകുളം ജില്ലയിൽ ഒക്കൽ ഗ്രാമപഞ്ചായത്തിലെ താന്നിപ്പുഴ തൂമ്പായിൽ നാരായണന്റെയും പാർവ്വതിയുടെയും മകനായി 1933 മാർച്ച് മാസം 20-ാം തീയതി ജനിച്ചു. ഒക്കൽ പ്രൈമറി സ്കൂളിലും കാഞ്ഞൂർ സെന്റ്സെബാസ്റ്റ്യൻസ് ഹൈസ്കൂളിലും വിദ്യാഭ്യാസം ചെയ്തു.

ഒക്കൽ തച്ചയത്ത് നാരായണൻ വൈദ്യർ മെമ്മോറിയൽ വായനശാല സ്ഥാപക പ്രസിഡന്റ്, ബാലസാഹിത്യ സമിതി(കൊടുങ്ങല്ലൂർ) വൈസ്പ്രസിഡന്റ്, ആശാൻ സ്മാരക സാഹിത്യ വേദി (പെരുമ്പാവൂർ) വൈസ്പ്രസിഡന്റ്, ഗുരുദർശന കുടുംബയോഗം രക്ഷാധികാരി, ശ്രീനാരായണ സാഹിത്യ അക്കാദമി ജോയിന്റ് കൺവീനർ എന്നീ നിലകളിലും പ്രവർത്തിച്ചുവരുന്നു.

ആകാശവാണിയിലും www. puzha.com മിലും കുട്ടികൾക്കുവേണ്ടി കഥകൾ അവതരിപ്പിക്കാറുണ്ട്.

സൗഹൃദം ലിറ്ററി സ്പെഷ്യൽ അവാർഡ്, ഗുരുചൈതന്യ അവാർഡ്, ആശാൻസ്മാരക സാഹിത്യ വേദി പുരസ്കാരം, ഗുരുദർശന അവാർഡ്, തൂമ്പായിൽ ട്രസ്റ്റ് സാഹിത്യ അവാർഡ്, ബാലസാഹിത്യസമിതി പുരസ്കാരം, ഗുരുരത്നം അവാർഡ് എന്നീ പുരസ്കാരങ്ങളും ലഭിച്ചിട്ടുണ്ട്.

മുഖ്യകൃതികൾ: *അമ്മൂമ്മയുടെ കോഴി, ആനപ്പാപ്പാൻ, സ്വർണ്ണക്കടുക്കൻ, അണ്ണാറക്കണ്ണനും പൂച്ചക്കുറിഞ്ഞിയും, കുഞ്ഞാറ്റക്കുരുവികൾ, മിന്നാമിനുങ്ങും തവളയും, കുട്ടികളുടെ ശ്രീനാരായണഗുരുദേവൻ, ഗുരുദേവൻ കഥകളിലൂടെ, ഗുരുദേവന്റെ അത്ഭുതകഥകൾ, സ്വാമി വിവേകാനന്ദ കഥകൾ, ചെമ്മീന്റെ വിമാനയാത്ര, കുട്ടികൾക്കുള്ള രസകരമായ കഥകൾ, പല്ലിക്കുഞ്ഞും ചക്കിപ്പൂച്ചയും, എലിയുടെ സൂത്രം, പൂവും പൂമ്പാറ്റയും, ആമയും അരയന്നങ്ങളും, കുറുക്കന്റെ കൗശലം, ഗ്രാമത്തിലിറങ്ങിയ സിംഹം, പൂവമ്പഴത്തിന്റെ വിനോദയാത്ര, ആമിനയുടെ ആട്, എട്ടുകാലിയും തേനീച്ചയും, പൂച്ചക്കുഞ്ഞിന്റെ ആഗ്രഹങ്ങൾ, അപ്പൂപ്പനും പേരക്കുട്ടിയും, മണ്ണപ്പവും പഴത്തൊലിയും, പൂച്ചയ്ക്ക് മണികെട്ടി, നുണപറയാത്ത പെൺകുട്ടി, കർഷകനും കോഴിയും, ആദിവാസി പറഞ്ഞ കഥ, മുത്തശ്ശിയുടെ ചിരി, ആട് വളർത്തിയ കുരങ്ങ്, കള്ളനും പൊലീസും കളിക്കാം, കോഴിക്കുഞ്ഞും തള്ളക്കോഴിയും, കുറുക്കനും ചക്കിപ്പരുന്തും, കാക്കക്കൂട്ടിൽ കുയിൽക്കുഞ്ഞുങ്ങൾ.*

ഭാര്യ : മഹേശ്വരി സത്യൻ
മക്കൾ : ബൈജു, സതീശ്
വിലാസം : തൂമ്പായിൽ, ഒക്കൽ പി ഒ, 683550
കാലടി, എറണാകുളം
ഫോൺ : 0484-2462084
Mob : 9846924830

ഉള്ളടക്കം

പ്രസാധകക്കുറിപ്പ്

ബാലസാഹിത്യരംഗത്ത് സ്ഥിരപ്രതിഷ്ഠ നേടിയ ഗ്രന്ഥകാരനാണ് സത്യൻ താന്നിപ്പുഴ. നാല്പതിലേറെ ബാലസാഹിത്യകൃതികൾ അദ്ദേഹത്തിന്റേതായി വായിക്കപ്പെടുന്നുണ്ട്. തന്റെ സമീപകാലത്തെ 15 കഥകൾ അടങ്ങിയതാണ് *തവളയും തുമ്പിയും*. ആകർഷകവും യുക്തിഭദ്രവുമാണ് ഓരോ കഥയും. വായിക്കുന്നതിനും ചെറിയ കുട്ടികൾക്കു വായിച്ചു കേൾപ്പിക്കുവാനും ഈ കഥകൾ രസകരമായിരിക്കും. ഈ ലഘു കഥാസമാഹാരത്തിന് വമ്പിച്ച സ്വീകാര്യത ലഭിക്കും എന്ന് ഞങ്ങൾക്ക് ഉറപ്പാണ്.

ചിന്ത പബ്ലിഷേഴ്സ്

തവളയും തുമ്പിയും

താമരച്ചിറയിൽ ഒരു തവള താമസിച്ചിരുന്നു. തവള താമരയിലയിൽ കയറിയിരിക്കാറുണ്ട്.

ചെറിയ മീൻ കുഞ്ഞുങ്ങളെ കണ്ടാൽ തവള പിടിച്ചു തിന്നും. ചിറയിൽ നീന്തിക്കളിക്കും. ഇങ്ങനെ തവള സുഖമായി അവിടെ ജീവിച്ചു.

ഒരുദിവസം താമരയിൽ പൂവ് വിരിഞ്ഞു. പൂവിൽ ഒരു തുമ്പി വന്നിരുന്നു. തുമ്പി പൂവിലെ തേൻ നുകർന്നു പാറിപ്പറന്നു നടന്നു. പിന്നീട് തുമ്പി താമരയിൽ വരുന്നത് പതിവായി. തവള തുമ്പിയെ കാണാറുണ്ട്. തവളയുടെ നാവിൽ വെള്ളമൂറി. തുമ്പിയെ പിടിച്ചു തിന്നാൻ എന്താണ് വഴി എന്നാലോചിച്ചു.

അപ്പോൾ തവളയ്ക്ക് ഒരു ബുദ്ധിതോന്നി. തുമ്പിയുമായി ലോഹ്യം കൂടാം. എന്നിട്ടു ചതിയിൽപ്പെടുത്തി പിടിച്ചുതിന്നാം.

തവള താമരയിലയിൽ കയറിയിരുന്നു തുമ്പിയെ വിളിച്ചു:

"തുമ്പി...തുമ്പി...വന്നാട്ടെ
കൂട്ടുകൂടാൻ വന്നാട്ടെ
താമരപ്പൂവിൽ ഇരുന്നാട്ടെ
മധു നുകർന്നു മത്തനാകാം.

നീ നൃത്തമാടൂ.

ഞാൻ പാട്ടു പാടാം.”

തവളയുടെ ക്ഷണം സ്വീകരിച്ച് തുമ്പി തവളയുടെ അടുത്തു ചെന്നു. തവള താമരയിലയിലിരുന്ന് പാട്ടു പാടി. തുമ്പി പാട്ടിന്റെ താളത്തിനൊപ്പിച്ച് നൃത്തമാടി.

തുമ്പി തവളയോടു കൂട്ടുകൂടി നൃത്തമാടുന്നതു കണ്ടപ്പോൾ താമര പറഞ്ഞു:

“തുമ്പി...തുമ്പി...സൂക്ഷിച്ചോ?

തവളയുമായുള്ള ചങ്ങാത്തം

അപകടമാണെന്നോർത്തോളൂ
തവള നിന്നെ പിടിച്ചു വായിലിടും."

തുമ്പിക്ക് താമര പറഞ്ഞത് ഇഷ്ടമായില്ല. തുമ്പി താമരയോടു പറഞ്ഞു:

"നീ പോ എന്റെ താമരെ, നീ
നിന്റെ കാര്യം നോക്ക്
ഞാൻ എന്റെ കാര്യം
നോക്കിക്കൊള്ളാം.
നിന്റെ ഉപദേശം
എനിക്കു വേണ്ടാ."

തുമ്പിയുടെ സംസാരം കേട്ടപ്പോൾ താമര പിന്നെ ഒന്നും പറഞ്ഞില്ല."കണ്ടറിയാത്തവൻ കൊണ്ടറിയും"എന്നല്ലേ പഴമൊഴി. പറഞ്ഞാൽ മനസ്സിലാക്കാത്തവൻ അനുഭവം വരുമ്പോൾ പഠിക്കും എന്നു സ്വയം പറഞ്ഞു.

ഒരുദിവസം തവള താമരയിലയിൽ കയറി ഇരുന്നു. തുമ്പി താമരപ്പൂവിൽ വന്നിരുന്നു തേൻ നുകർന്നു.

തേൻ കുടിച്ചു വയറു നിറഞ്ഞപ്പോൾ പാറിപ്പറന്നു നടന്നു. തവളയുടെ അടുത്തു ചെന്നു. തവള ക്രോം...ക്രോം... എന്നു പാട്ടു പാടാൻ തുടങ്ങി.

തുമ്പി പാട്ടിന്റെ താളത്തിനൊപ്പിച്ച് നൃത്തമാടാൻ തുടങ്ങി.

പാറിപ്പറന്ന് നൃത്തമാടി നടന്ന തുമ്പി തവളയുടെ അടുത്തു ചെന്നു. തവള നാക്കു നീട്ടി തുമ്പിയെ പിടിച്ചു.

"ചങ്ങാതി ചങ്ങാതി
പാട്ടുകാരൻ തവള ചങ്ങാതി
നീ എന്നെ വിട്ട് പാട്ടു പാടൂ
ഞാൻ പാറിപ്പറന്നു നൃത്തമാടാം
നമുക്ക് ആടി പാടി രസിക്കാം."

തവള പറഞ്ഞു:

"കളിയും ചിരിയും ഒരുമിച്ച്

തീനും കുടിയും വെവ്വേറെ
എനിക്കു വിശക്കുന്നു
കണ്ണിൽ ഇരുട്ട് മൂടുന്നു
ഞാൻ നിന്നെ തിന്നട്ടെ."

തവളയുടെ വായിൽ കിടന്നു പിടിച്ചപ്പോൾ തുമ്പി താമര പറഞ്ഞ കാര്യം ഓർത്തു.

താമര പറഞ്ഞതനുസരിച്ചിരുന്നെങ്കിൽ ഈ ദുർവ്വിധി വരില്ലായിരുന്നുവെന്നു തോന്നി.

അനുസരണയില്ലെങ്കിൽ

സന്ധ്യക്ക് നിലവിളക്കു കത്തിച്ചു വച്ച് മിനിക്കുട്ടിയും മുത്തച്ഛനും ഇരുന്നു ദൈവദശകം ചൊല്ലി.

മുത്തച്ഛൻ പറഞ്ഞതനുസരിക്കാതെ മിനിക്കുട്ടി പ്രാർത്ഥന വേഗത്തിൽ ചൊല്ലി അവസാനിപ്പിച്ചു.

പ്രാർത്ഥന കണ്ണുകളഞ്ചുമുള്ളടക്കി ഭക്തിപൂർവ്വം നടത്തണമെന്ന് അവൾക്കറിയില്ല.

മുത്തച്ഛൻ നിർബ്ബന്ധിക്കുന്നതു കൊണ്ടുമാത്രം പ്രാർത്ഥന ചൊല്ലുന്നു.

"നല്ല കുട്ടികൾ സന്ധ്യക്ക് വിളക്കിന്റെ മുമ്പിലിരുന്ന് ഈശ്വര പ്രാർത്ഥന ചൊല്ലും. അതുകഴിഞ്ഞ് ഇരുന്നു വായിക്കും. വായന കഴിഞ്ഞാൽ അത്താഴമുണ്ണും. അച്ഛനമ്മമാരും ഗുരുജനങ്ങളും പറയുന്നതു അനുസരിക്കും. ഇങ്ങനെ അനുസരണയുള്ള നല്ല കുട്ടികളെ ആപത്തിൽനിന്ന് ദൈവം രക്ഷിക്കും.

"വിളക്കിന്റെ മുൻപിലിരുന്ന് വാശിപിടിച്ചു കരയരുത്." മുത്തച്ഛൻ പേരക്കുട്ടിയോട് പറഞ്ഞു.

മിനിക്കുട്ടി മുത്തച്ഛൻ പറഞ്ഞതൊന്നും ശ്രദ്ധിച്ചില്ല. വിളക്കി ന്റെ മുൻപിൽനിന്നും എഴുന്നേറ്റുപോയി ടി വി ഓൺ

ചെയ്തു. ടി വിയിൽ ഡാൻസു കണ്ടു. മിനിക്കുട്ടി ആടാനും പാടാനും തുടങ്ങി. വിളക്കിനു വലം വച്ചു കൊണ്ടായിരുന്നു ആട്ടവും പാട്ടും.

“മോളെ നിന്റെ തുള്ളലും ചാട്ടവുമൊന്നും വിളക്കിനു വലം വച്ചുകൊണ്ട് വേണ്ടാ.” മുത്തച്ഛൻ പറഞ്ഞു.

മിനിക്കുട്ടി മുത്തച്ഛൻ പറഞ്ഞത് അനുസരിച്ചില്ല. വിളക്കിനു ചുറ്റും ഓടിക്കളിച്ചു. ചാടി കട്ടിലിൽ കയറി. കട്ടിലിൽ മടക്കി ഇട്ടിരുന്ന കിടക്കയിൽ കിടന്നുരുളാനും മലർന്ന് കിടന്ന് കാലുകൾ മുകളിലേക്ക് പൊക്കാനും തുടങ്ങി.

മിനിക്കുട്ടിയുടെ അമ്മ മകളുടെ കുസൃതിത്തരങ്ങൾ കണ്ടു. അമ്മ മകളെ ശാസിച്ചു. അവൾ അനുസരിച്ചില്ല.

അമ്മയ്ക്ക് ദ്വേഷ്യം വന്നു. അമ്മ മിനിക്കുട്ടിയെ പിടിച്ചു പിച്ചി. മിനിക്കുട്ടിക്ക് ദ്വേഷ്യവും കരച്ചിലും വന്നു. അവൾ തലയ്ക്ക് രണ്ടു കൈകൊണ്ടും അടിച്ചു.

മിനിക്കുട്ടിയുടെ കരച്ചിൽ കേട്ട് മുത്തച്ഛൻ വിളിച്ചു ചോദിച്ചു:

"മോളെ മിനിക്കുട്ടി എന്തിനാണ് കരഞ്ഞുകൊണ്ട് തലയ്ക്ക് അടിക്കുന്നത്?"

"അമ്മ എന്നെ പിച്ചി." മിനിക്കുട്ടി പറഞ്ഞു.

മുത്തച്ഛൻ മിനിക്കുട്ടിയെ സമാധാനിപ്പിച്ചു:

"മോളെ അമ്മ പിച്ചി അല്ലേ? ശരി അമ്മയ്ക്ക് ഇന്നു വെട്ടത്ത് ചോറ് കൊടുത്ത് ഇരുട്ടത്ത് കിടത്താം. മോള് കരയണ്ടാ. മുത്തച്ഛന്റെ ചക്കരക്കുട്ടിയല്ലേ? മോള് ഇങ്ങനെ തലയ്ക്ക് അടിക്കുന്നത് നാണക്കേടാണ്."

മിനിക്കുട്ടി വീണ്ടും കിടക്കയിലും കട്ടിലിലും ചാടി ഓടി നടന്നു. പെട്ടെന്ന് കാൽ തെറ്റി കമഴ്ന്നടിച്ച് താഴെ വീണു. ചുണ്ടു പൊട്ടി ചോരയൊലിച്ചു.

മിനിക്കുട്ടി അലമുറയിട്ടു കരഞ്ഞു.

മുത്തച്ഛൻ ഓടിച്ചെന്ന് മിനിക്കുട്ടിയെ എടുത്ത് ആശ്വാസവചനങ്ങൾ പറഞ്ഞു സമാധാനിപ്പിച്ചു.

മുറിവിൽ കടലാടിയും ഉള്ളിയും ചതച്ചു വച്ചുകെട്ടിക്കൊടുത്തു. വേദന കുറഞ്ഞപ്പോൾ മിനിക്കുട്ടിയുടെ കരച്ചിൽ നിന്നു. അപ്പോൾ മുത്തച്ഛൻ പറഞ്ഞു:

"കൊക്ക് കൊണ്ടേ അറിയൂ എന്ന പഴഞ്ചൊല്ല് മോള്

പഠിച്ചോ? മുത്തച്ഛൻ പറഞ്ഞില്ലേ കുറുമ്പുകാണിക്കാതെ മര്യാദയ്ക്ക് ഇരിക്കാൻ? മോള് കേട്ടോ?

എന്താണ് പറഞ്ഞാൽ അനുസരിക്കാത്തത്?

അനുസരിച്ചിരുന്നങ്കിൽ ഇപ്പോൾ ഈ വേദന തിന്നാൻ ഇട വരുമായിരുന്നോ?"

"ഇനി പറഞ്ഞത് അനുസരിക്കാം. ഞാൻ കുറുമ്പുകാണിക്കുകയില്ല." മിനിക്കുട്ടി പറഞ്ഞു.

പാമ്പിന്റെ ഉപദേശം

ഒരിക്കൽ ഒരു കുറ്റിക്കാട്ടിൽ ഒരു മുയൽ താമസിച്ചിരുന്നു. അവൻ ആഹാരം തേടി നടന്നപ്പോൾ ഒരു മധുരക്കിഴങ്ങ് തോട്ടം കണ്ടു. മുയൽ മാന്തി തെരഞ്ഞ് കിഴങ്ങ് പുറത്തെടുത്ത് തിന്നു വിശപ്പു മാറ്റി.

മുയൽ കിഴങ്ങ് തിന്നുകൊണ്ടിരുന്നപ്പോൾ കുറ്റിക്കാട്ടിൽ പാർത്തിരുന്ന കൂട്ടുകാരൻ ചേരപ്പാമ്പ് അവിടെ വന്നു.

പാമ്പിന് മുയലിന്റെ തീറ്റ കണ്ടപ്പോൾ ദ്വേഷ്യം വന്നു. പാമ്പ് മുയലിനോട് ചോദിച്ചു:

"ഹേ...കൂട്ടുകാരാ, നീ എന്തു പണിയാണ് ഈ ചെയ്യുന്നത്? പാവപ്പെട്ട മനുഷ്യർ പാടുപെട്ടു നട്ടുണ്ടാക്കിയ കിഴങ്ങല്ലേ നീ തിന്നു തീർക്കുന്നത്? മറ്റുള്ളവന്റെ പ്രയത്നഫലം കട്ടു തിന്നുന്നത് മര്യാദയാണോ? ഇതു നല്ല സ്വഭാവമല്ല."

"ചേരച്ചേട്ടാ, ചേട്ടൻ പറയുന്നത് ഞാൻ വിശന്ന് ചാകണമെന്നാണോ? ഞാൻ വയറു നിറച്ച് ആഹാരം കഴിച്ച നാളു മറന്നു. കുറെ ദിവസങ്ങൾക്കുശേഷം ഇന്നാണ് എന്റെ വയറു നിറഞ്ഞത്." മുയൽ പറഞ്ഞു.

"മോഷ്ടിക്കരുത് എത്ര വിശന്നാലും. മുരിക്കിന്റെ ഇലയും കറുകപ്പുല്ലും തിന്നുകൂടെ നിനക്ക്?"ചേരപ്പാമ്പ് ചോദിച്ചു.

"കിട്ടിയാൽ തിന്നാമായിരുന്നു. പുല്ലും ഇലയും കിട്ടാതെ എങ്ങനെ തിന്നും? കിട്ടിയപ്പോൾ കിഴങ്ങു തിന്നു." മുയൽ പറഞ്ഞു.

ഇങ്ങനെ സംസാരിച്ചുകൊണ്ടു നിന്നപ്പോൾ മധുരക്കിഴങ്ങിന്റെ ചുവട്ടിലെ മാളത്തിൽ നിന്ന് ഒരെലി പുറത്തു കടന്ന് ഓടി. പാമ്പ് പിന്നാലെ ചെന്ന് എലിയെ പിടിച്ചു വിഴുങ്ങി.

ഇതുകണ്ടപ്പോൾ മുയൽ ചോദിച്ചു: "ചേരച്ചേട്ടാ എന്തിനാണ് ആ പാവം എലിയെ പിടിച്ചു തിന്നത്? അതിനു ജീവനുള്ളതല്ലേ? ഇതു പാപമല്ലേ? ഈ സ്വഭാവം നല്ലതല്ല. ചേരച്ചേട്ടന്റെ ഈ സ്വഭാവം മാറ്റണം."

അപ്പോൾ ചേരപ്പാമ്പ് ചോദിച്ചു:

"ഞാൻ വിശന്ന് പൊരിഞ്ഞ് ചത്തു പോകില്ലേ?"

"വിശക്കാതിരിക്കാൻ ചേട്ടന് പുല്ലും വെള്ളവും കഴിച്ചു കൂടെ? മറ്റു ജീവികളെ കൊല്ലാതിരുന്നുകൂടെ?" മുയൽ ചോദിച്ചു.

"അയ്യടാ...നിന്റെ ഒരു ഉപദേശം. എന്റെ ഇഷ്ടഭക്ഷണമാണ് എലി. എലിയെ കിട്ടിയാൽ ഞാൻ വിടില്ല. പിടിച്ചു തിന്നും." ചേരപ്പാമ്പ് പറഞ്ഞു.

"എന്റെ ഇഷ്ടാഹാരമാണ് മധുരക്കിഴങ്ങ്. മധുരക്കിഴങ്ങ്

കണ്ടാൽ ഞാൻ വിടില്ല. വയറു നിറയെ തിന്നും.'' മുയൽ പറഞ്ഞു.

അപ്പോൾ ചേരപ്പാമ്പിന് മറുപടി ഉണ്ടായില്ല. മിണ്ടാതിരുന്ന പാമ്പിനോട് മുയൽ പറഞ്ഞു:

"മറ്റുള്ളവരുടെ തെറ്റ് ചൂണ്ടിക്കാണിക്കുകയും തന്റെ തെറ്റ് മറച്ചു വയ്ക്കുകയും ചെയ്യുന്നത് ശരിയല്ല."

മുയലിന്റെ സംസാരം കേട്ടപ്പോൾ ചേരപ്പാമ്പ് ഇളിഭ്യനായി തലയും താഴ്ത്തി ഇഴഞ്ഞുനീങ്ങി.

ഉരലും മദ്ദളവും

കുട്ടൻ മാരാരുടെ വീട്ടിൽ ഒരു ഉരലും മദ്ദളവും ഉണ്ട്. മാരാർക്ക് മദ്ദളം കൊട്ടാണ് ജോലി. മാരാരുടെ ഭാര്യക്ക് അരിക്ക ച്ചവടവും.

അന്ന് ഇന്നത്തെപ്പോലെ മില്ലുകളിലല്ല നെല്ല് കുത്തി അരി ഉണ്ടാക്കിയിരുന്നത്. വീടുകളിൽ നെല്ല് പുഴുങ്ങി ഉണക്കി ഉര ലിൽ ഇട്ട് ഉലക്കകൊണ്ട് കുത്തിയാണ് അരി ഉണ്ടാക്കിയിരുന്നത്.

ഇങ്ങനെ അരി ഉണ്ടാക്കി വീടുകളിൽ കൊണ്ടുപോയി വില്ക്കലായിരുന്നു മാരാരുടെ ഭാര്യയുടെ ജോലി.

അങ്ങനെയിരിക്കെ ഒരു വൈകുന്നേരം കുട്ടൻമാരാർ വീട്ടിൽ ഇരിക്കുകയായിരുന്നു. മഴകാരണം പുറത്ത് ഇറങ്ങാൻ നിവർത്തിയില്ല. നേരംപോക്കിനു വേണ്ടി മാരാർ മദ്ദളം എടുത്ത് തോളിൽ തൂക്കി കൊട്ടാൻ തുടങ്ങി.

'മഴ പെയ്യണു മദ്ദളം കൊട്ടണു
മാരാന്റെ അമ്മയ്ക്ക് ശ്വാസം മുട്ടണു.'

ആ നേരത്താണ് ആസ്ത്മ രോഗിയായ അമ്മയ്ക്ക് ശ്വാസം മുട്ടും ചുമയും തുടങ്ങിയത്. അമ്മ മരുമകളെ വിളിച്ചു പറഞ്ഞു:

"മോളെ രുഗ്മിണി ഇത്തിരി ചെറുതിപ്പിലി ഉരലിലിട്ട് ഇടിച്ചു പൊടിച്ചു കൽക്കണ്ടം ചേർത്തു താ മോളെ, അമ്മയ്ക്ക് വയ്യാ."

മരുമകൾ രുഗ്മിണി ഇത്തിരി ചെറുതിപ്പലി ഉരലിലിട്ട് പൊടിച്ച് കൽക്കണ്ടം ചേർത്ത് അമ്മായിയമ്മയ്ക്ക് കൊടുത്തു. അമ്മായിയമ്മ തിപ്പിലിയും കൽക്കണ്ടവും കഴിച്ചു. കുറച്ചുനേരം കഴിഞ്ഞപ്പോൾ ചുമയും ശ്വാസംമുട്ടും കുറഞ്ഞു.

ഉരലിന് ദിവസവും ഉലക്കകൊണ്ടുള്ള കുത്ത് ഏല്ക്കണം. ഒരു ദിവസംപോലും വിശ്രമമില്ല. ഉലക്ക കൊണ്ടുള്ള കുത്തുകൊണ്ട് ഉരല് സഹികെട്ടു.

'ഞാൻ എന്തൊരു നിർഭാഗ്യവാനാണ്. ദിവസവും ഉലക്ക കൊണ്ടുള്ള കുത്തു കൊള്ളണം. എന്റെ തലവിധി അല്ലാതെ എന്തു പറയാൻ. ആ മദ്ദളം എത്ര ഭാഗ്യവാൻ. അവൻ മിക്ക ദിവസവും മുറിയുടെ മൂലയിൽ സുഖമായി ഇരിക്കുകയാണ്.' ഉരൽ ഇങ്ങനെ സങ്കടപ്പെട്ടു.

ഉരലിന്റെ സങ്കടം കേട്ടപ്പോൾ മദ്ദളം പറഞ്ഞു:

"എന്റെ പൊന്നു ചങ്ങാതി ഉരലെ, നീ എന്താണ് ഇങ്ങനെ പറയുന്നത്? നിനക്ക് കുത്ത് ഒരു വശത്ത് കൊണ്ടാൽ പോരെ. എന്റെ കാര്യം നീ ഒന്ന് ഓർത്ത് നോക്ക്. എനിക്ക് രണ്ടു വശത്തും ഒരേ സമയം ഇടതടവില്ലാതെയാണ് അടി കിട്ടുന്നത്. അടികൊണ്ട്

ഞാൻ കരയുമ്പോൾ അടിക്കുന്നവനും കേൾക്കുന്നവനും തലയാട്ടി രസിക്കുന്നു. എന്നെ അപേക്ഷിച്ച് നോക്കുമ്പോൾ നീ ഭാഗ്യവാനാണ്."

ഇങ്ങനെ ഉരലും മദ്ദളവും പരസ്പരം പരാതികൾ പറഞ്ഞു കരഞ്ഞു. ഇരുവരുടെയും പരാതികളും കരച്ചിലും മാരാരുടെ അമ്മ കേട്ടു. അമ്മ ഇരുവരേയും വിളിച്ചു ഉപദേശിച്ചു:

"പരാതികൾ പറഞ്ഞതുകൊണ്ട് കാര്യമില്ല. ഓരോരുത്തരും ചെയ്യേണ്ട കർമ്മങ്ങൾ ചെയ്യുക അതാണ് ധർമ്മം. സുഖവും ദുഃഖവും ഉണ്ടാകും. എല്ലാം അനുഭവിക്കണം. ദുഃഖം വരുമ്പോൾ ദൈവത്തെ പഴിക്കരുത്."

ഉരലിന്റെ സങ്കടം മദ്ദളത്തോടോ എന്നു ചോദിച്ചുകൊണ്ട് മാരാരുടെ അമ്മ ഒരുനുള്ള് തിപ്പിലിയും അല്പം കൽക്കണ്ടവും എടുത്ത് വായിലിട്ടു.

പൊന്നൻ മുയലിന്റെ സങ്കടം

ആനപ്പാറയുടെ ഇരുവശങ്ങളിലുമുള്ള മാളങ്ങളിൽ രണ്ടു മുയലുകൾ പാർത്തിരുന്നു. പൊന്നൻമുയലും വിണ്ണൻമുയലും. രണ്ടുപേരും ചങ്ങാതിമാരാണ്.

ഒരുദിവസം പൊന്നൻമുയൽ ഇര തേടി നടന്നപ്പോൾ ഒരു മധുരക്കിഴങ്ങ് തോട്ടം കണ്ടു. പൊന്നൻമുയൽ തെരഞ്ഞ് കിഴങ്ങ് എടുത്ത് വയറുനിറയെ തിന്നു.

വയറു നിറഞ്ഞപ്പോൾ ഒരു കിഴങ്ങ് എടുത്തുകൊണ്ട് മാള ത്തിലേക്ക് ഓടി. പോകുന്ന വഴി വിണ്ണൻമുയലിനെ കണ്ടു.

വിണ്ണൻമുയൽ ഇര തേടി നടക്കുകയായിരുന്നു. അവന് തീറ്റ യൊന്നും കിട്ടിയിരുന്നില്ല. വിശന്നു തളർന്നിരുന്നു.

പൊന്നൻമുയലിന്റെ കൈയിൽ കിഴങ്ങ് കണ്ടപ്പോൾ വിണ്ണൻ മുയലിന് കൊതി തോന്നി. അവൻ പറഞ്ഞു:

“പൊന്നാ എനിക്ക് ഒരു കഷ്ണം മധുരക്കിഴങ്ങ് താ വിശന്നു പ്രാണൻ പോണു.”

വിണ്ണൻ മുയൽ പറഞ്ഞു:

“ഇത് നിനക്ക് തരാനുള്ളതല്ല. നാളെ രാവിലെ എനിക്ക് തിന്നാനുള്ളതാണ്.”

എന്നു പറഞ്ഞുകൊണ്ട് പൊന്നൻമുയൽ കിഴങ്ങ് കൊണ്ടു പോയി മാളത്തിൽ വച്ചുകൊണ്ട് മാളത്തിൽ കിടന്നു വിശ്രമിച്ചു.

വിശ്രമത്തിനുശേഷം പൊന്നൻമുയൽ വീണ്ടും മാളത്തിനു പുറത്തു കടന്ന് ഓടിക്കളിച്ചു. അപ്പോൾ വിണ്ണൻമുയൽ വിശന്ന് തളർന്നിരിക്കുന്നതു കണ്ടു. പൊന്നൻമുയൽ വിളിച്ചു:

"വരൂ...വരൂ...വിണ്ണാ നമുക്ക് ഈ നിലാവെളിച്ചത്തിൽ ഓടിക്കളിക്കാം. വരൂ..."

"വേണ്ടാ...വേണ്ടാ...ഞാനില്ല. എനിക്ക് വിശന്ന് കണ്ണുകാണാൻ വയ്യാ. നിന്നോട് അല്പം കിഴങ്ങ് ചോദിച്ചിട്ട് എനിക്ക് തന്നില്ലല്ലോ?"

വിണ്ണൻമുയൽ പരിഭവം പറഞ്ഞു.

വിണ്ണൻമുയൽ പരിഭവം പറഞ്ഞപ്പോൾ പൊന്നൻമുയൽ പറഞ്ഞു:

"എന്റെ വിണ്ണാ നിനക്ക് കിഴങ്ങ് തന്നാൽ നാളെ രാവിലെ ഞാനെങ്ങനെ കിഴങ്ങു തിന്നും. കളിയും ചിരിയും ഒരുമിച്ച് തീറ്റയും കുടിയും വെവ്വേറെ എന്ന പഴമൊഴി നീ കേട്ടിട്ടില്ലേ?"

ഇങ്ങനെ പറഞ്ഞുകൊണ്ട് പൊന്നൻമുയൽ മാളത്തിലേക്ക് ഓടിപ്പോയി. അവിടെ ചെന്നു കിടന്നുറങ്ങി. നേരം വെളുത്ത് എഴുന്നേല്ക്കാൻ അല്പം വൈകി.

ഈ സമയം മാളത്തിനു പുറത്തിരുന്ന ഒരു തവളയെ പിടിക്കാൻ ഒരു കീരി പിന്നാലെ ചെന്നു. തവള ചാടി മുയലിന്റെ മാളത്തിൽ കയറി. കീരി പിന്നാലെ എത്തി.

മാളത്തിൽ മധുരക്കിഴങ്ങ് ഇരിക്കുന്നത് കീരി കണ്ടു. കീരി തവളയെ ഉപേക്ഷിച്ച് കിഴങ്ങ് എടുത്തുകൊണ്ട് ഓടി.

ആരോ മാളത്തിൽ കിടന്നു ഓടുന്ന ഒച്ച കേട്ട് പൊന്നൻ മുയൽ കണ്ണുതുറന്നു നോക്കി.

അപ്പോൾ കീരി കിഴങ്ങ് എടുത്തുകൊണ്ട് ഓടി പോകുന്നതു കണ്ടു. മുയൽ പിന്നാലെ എത്തി. പക്ഷേ, കിഴങ്ങ് കിട്ടിയില്ല. കീരി ഓടി അതിന്റെ മാളത്തിൽ കയറി ഇരുന്നു തിന്നു.

പാവം വിണ്ണന് വിശന്നപ്പോൾ അവൻ അല്പം കിഴങ്ങ് ചോദിച്ചതാണ്. അവന് കൊടുക്കാതിരുന്നതിന്റെ ശിക്ഷയാണിത്. അവനു കൊടുക്കാമായിരുന്നു.

തന്റെ സ്വാർത്ഥത അതിന് അനുവദിച്ചില്ലല്ലോ എന്നോർത്തപ്പോൾ പൊന്നൻമുയലിനു സങ്കടം വന്നു.

അണ്ണാറക്കണ്ണൻ

പാചകക്കാരൻ കുഞ്ഞാണ്ടിയുടെ മുറ്റത്തു നിന്ന ചെന്തെങ്ങിന്റെ മുകളിൽ കൂടുണ്ടാക്കി ഒരു അണ്ണാറക്കണ്ണൻ പാർത്തിരുന്നു. ഒരു ദിവസം അണ്ണാറക്കണ്ണന് പായസം കുടിക്കാൻ കൊതി തോന്നി.

അണ്ണാറക്കണ്ണൻ തെങ്ങിൽനിന്ന് താഴെ ഇറങ്ങിവന്ന് കുഞ്ഞാണ്ടിയോടു പറഞ്ഞു:

"കുഞ്ഞാണ്ടിമുത്തച്ഛാ...
കുഞ്ഞാണ്ടിമുത്തച്ഛാ...
എനിക്ക് കൊതിയാകുന്നു.
പായസം കുടിക്കാൻ.
പായസം ഉണ്ടാക്കി തരാമോ?"

അണ്ണാറക്കണ്ണന്റെ ആവശ്യം കേട്ടപ്പോൾ കുഞ്ഞാണ്ടി പറഞ്ഞു:

"അണ്ണാനും ആമയ്ക്കും
പായസമുണ്ടാക്കലല്ല
എന്റെ പണി."

കുഞ്ഞാണ്ടിയുടെ സംസാരം കേട്ടപ്പോൾ അണ്ണാറക്കണ്ണനു സങ്കടം വന്നു. അവൻ പറഞ്ഞു:

"അണ്ണാറക്കണ്ണനെ അവഗണിച്ചാൽ
നഷ്ടം വരുമെന്നോർത്തോ
കുഞ്ഞാണ്ടിമുത്തച്ഛാ.
ചെന്തെങ്കിലെ കരിക്കെല്ലാം
കരണ്ടു തുളച്ച് വെള്ളം
കുടിക്കും ഞാൻ."

അണ്ണാറക്കണ്ണന്റെ സംസാരം കേട്ടപ്പോൾ കുഞ്ഞാണ്ടിക്കു വേവലാതിയായി. കുഞ്ഞാണ്ടി അണ്ണാറക്കണ്ണനോട് പറഞ്ഞു:

"അണ്ണാറക്കണ്ണാ പുന്നാരക്കുട്ടാ
തെങ്ങിലെ കരിക്ക് കരണ്ടു കളയല്ലേ
പേരക്കുട്ടിയുടെ പിറന്നാളിന്
പായസം നിനക്ക് തരാം."

ദിവസം നാലഞ്ചു കഴിഞ്ഞു. പേരക്കുട്ടിയുടെ പിറന്നാൾ വന്നു. അന്നു കുഞ്ഞാണ്ടി വീട്ടിൽ സദ്യയൊരുക്കി അണ്ണാറക്കണ്ണന് വയറു നിറയെ പായസം കൊടുത്തു. അണ്ണാറക്കണ്ണൻ പായസം കുടിച്ച് ഏമ്പക്കം വിട്ടുകൊണ്ട് കുഞ്ഞാണ്ടിയോടു നന്ദി

പറഞ്ഞു. സന്തോഷത്തോടെ തിരിച്ചു പോയി.

പോകുന്ന വഴി മരപ്പണിക്കാരൻ മാതേവനെ കണ്ടു. അണ്ണാറക്കണ്ണൻ മാതേവനോടു പറഞ്ഞു:

"മരപ്പണിക്കാരാ മാതേവാ
എനിക്കൊരു വീടുണ്ടാക്കി തരാമോ?"

മരപ്പണിക്കാരൻ മാതേവൻ പറഞ്ഞു:

"അണ്ണാനും കുരങ്ങനും
വീടുണ്ടാക്കലല്ല എന്റെ പണി.
മനുഷ്യർക്ക് വീടുണ്ടാക്കാൻ
എനിക്കു നേരമില്ല
പിന്നെയെങ്ങിനെ
നിനക്കു വീടുണ്ടാക്കും.
നീ മറ്റാരോടെങ്കിലും
ചെന്നു പറയൂ."

മരപ്പണിക്കാരൻ മാതേവന്റെ മറുപടി കേട്ടപ്പോൾ അണ്ണാറക്കണ്ണന് സങ്കടം വന്നു. അവൻ മാതേവനോടു പറഞ്ഞു:

"മരപ്പണിക്കാരാ മാതേവാ
അണ്ണാനെ അവഗണിച്ചാൽ
മുറ്റത്തെ മൂവാണ്ടൻ മാവിന്റെ
മാങ്ങ മുഴുവനും ചെമ്പഴം
കൊള്ളുമ്പോൾ കടിച്ചു
മുറിച്ചു താഴെ ഇടും ഞാൻ."

മാങ്ങ കടിച്ചു മുറിച്ചു കളയുമെന്നു കേട്ടപ്പോൾ മരപ്പണിക്കാരൻ മാതേവന് അങ്കലാപ്പായി. മരപ്പണിക്കാരൻമാതേവൻ അണ്ണാറക്കണ്ണനോടു പറഞ്ഞു:

"അണ്ണാറക്കണ്ണാ പുന്നാരക്കുട്ടാ
മൂവ്വാണ്ടൻ മാവിന്റെ മാങ്ങാ
കടിച്ചുമുറിച്ചു കളയരുത്.
ഞാൻ നിനക്ക് വീടുണ്ടാക്കി തരാം."

മരപ്പണ്ണിക്കാരൻ മാതേവൻ ഒരു കൂടുണ്ടാക്കി മൂവാണ്ടൻ മാവിന്റെ കൊമ്പിൽ ഉറപ്പിച്ചുകൊടുത്തു.

അണ്ണാറക്കണ്ണൻ പുതിയ കൂട്ടിൽ താമസമുറപ്പിച്ചു.

ഒരുദിവസം അണ്ണാറക്കണ്ണൻ കൂട്ടിൽ നിന്നിറങ്ങി കൊക്കോ ക്കൃഷിക്കാരൻ കോരപ്പന്റെ വീട്ടിലേക്കു ചെന്നു. കോരപ്പൻ വീടിന്റെ ഇറയത്തിരുന്ന് മുത്തുമാല കോർക്കുകയായിരുന്നു. അണ്ണാറക്കണ്ണൻ കോരപ്പനോടു ചോദിച്ചു:

"മുത്തുമാല കോർക്കുന്ന കോരപ്പൻചേട്ടാ, എന്റെ കഴുത്തിലണിയാൻ ഒരു മുത്തുമാല ഉണ്ടാക്കിത്തരാമോ?"

"അണ്ണാനും കുറുക്കനും മാലയുണ്ടാക്കാൻ എനിക്കു നേരമില്ല. മനുഷ്യർക്ക് മാലയുണ്ടാക്കലാണ് എന്റെ പണി." കോരപ്പൻ പറഞ്ഞു.

"അണ്ണാനെ അവഗണിച്ചാൽ
നഷ്ടം സംഭവിക്കും കട്ടായം
കൊക്കോ കായകളെല്ലാം
കടിച്ചു മുറിച്ചു തുളക്കും ഞാൻ."

അണ്ണാറക്കണ്ണൻ പറഞ്ഞു.

കൊക്കോ കായകളെല്ലാം കടിച്ചു മുറിക്കുമെന്നു കേട്ടപ്പോൾ കോരപ്പനു പേടിയായി. കോരപ്പൻ അണ്ണാറക്കണ്ണനോട് ലോഹ്യം കൂടി പറഞ്ഞു:

"അണ്ണാറക്കണ്ണാ സുന്ദരക്കുട്ടാ
നിനക്ക് കഴുത്തിലണിയാൻ
നല്ലൊരു മുത്തുമാല
ഇപ്പോൾ തന്നെ ഉണ്ടാക്കിത്തരാം."

കോരപ്പൻ നൂൽക്കമ്പിയിൽ മുത്തുകൾ കോർത്ത് മാലയുണ്ടാക്കി അണ്ണാറക്കണ്ണന്റെ കഴുത്തിൽ കെട്ടിക്കൊടുത്തു.

അണ്ണാറക്കണ്ണൻ മാലയണിഞ്ഞ് ചാടിയോടി നടന്നു.

ഇതു കണ്ടപ്പോൾ കൂട്ടുകാർ അണ്ണാറക്കണ്ണന്മാർ പറഞ്ഞു:

"നിന്റെയീ പോക്ക് അപകടമാണ്
മരംചാടി നടക്കുന്നവർക്ക്
കഴുത്തിൽ കമ്പിയിൽ
കോർത്ത മാല വേണ്ടാ."

കൂട്ടുകാരുടെ ഉപദേശം അണ്ണാറക്കണ്ണൻ സ്വീകരിച്ചില്ല.

അവൻ മാല കഴുത്തിൽ ധരിച്ച് ഗമയിൽ മരങ്ങളിലൂടെ ചാടി ഓടി നടന്നു. അപ്പോൾ ഒരു മരക്കൊമ്പിൽ മാല ഉടക്കി. അണ്ണാറക്കണ്ണൻ കിടന്നു പിടച്ചു കരഞ്ഞു. വളരെ നേരത്തെ പരിശ്രമത്തിനു ശേഷം അണ്ണാറക്കണ്ണൻ മാലയിൽ നിന്ന് കഴുത്ത് വലിച്ചെടുത്ത് രക്ഷപ്പെട്ടു.

പിന്നീട് ഒരിക്കലും ആഢംബരങ്ങൾ വേണമെന്ന ആഗ്രഹം അണ്ണാറക്കണ്ണനു തോന്നിയിട്ടില്ല.

സന്ധ്യനാമജപം

കോതപറമ്പിലെ കോതമുത്തശ്ശിക്ക് പത്തു മക്കളുണ്ട്. എല്ലാവരുടെയും വിവാഹം കഴിഞ്ഞ് വേറെവേറെ കുടുംബങ്ങളിൽ താമസിക്കുന്നു. മുത്തശ്ശി ഇളയ മകന്റെ കൂടെ തറവാട്ടിലാണ് താമസം.

മുത്തശ്ശിയെക്കുറിച്ച് പേരക്കുട്ടികൾക്കെല്ലാം നല്ലതേ പറയുവാനുള്ളു. മുത്തശ്ശിക്ക് പേരക്കുട്ടികളോടെല്ലാം നല്ല സ്നേഹമാണ്. പേരക്കുട്ടികൾക്ക് മുത്തശ്ശിയെ വലിയ ഇഷ്ടമാണ്.

മുത്തശ്ശി സന്ധ്യാനേരത്ത് നിലവിളക്കു കത്തിച്ചുവച്ച് പേരക്കുട്ടികളെ വിളിച്ചിരുത്തി നാമജപം നടത്തുക പതിവാണ്.

"ദൈവമേ! കാത്തുകൊൾകങ്ങു
കൈവിടാതിങ്ങു ഞങ്ങളെ
നാവികൻ നീ ഭവാബ്ധിക്കൊ-
രാവിവൻ തോണി നിൻപദം."

മോളെ ജാനകി കോഴിയെ പിടിച്ചിട്ട് കൂട് അടച്ചോ?"

കോതമുത്തശ്ശി ഉറക്കെ മരുമകളെ വിളിച്ചു ചോദിച്ചു.

"കോഴിയെ പിടിച്ചിട്ട് കൂട് അടച്ചു അമ്മേ." മരുമകൾ വിളിച്ചു പറഞ്ഞു.

മുത്തശ്ശിയുടെ നാമജപം വീണ്ടും തുടങ്ങി.

"ഒന്നൊന്നായെണ്ണിയെണ്ണിത്തൊ
ട്ടെണ്ണും പൊരുളൊടുങ്ങിയാൽ

നിന്നിടും ദൃക്കുപോലുള്ളം
നിന്നിലസ്പന്ദമാകണം.”

“മോനെ കൃഷ്ണൻകുട്ടി പശുവിന് വയ്ക്കോൽ ഇട്ടു കൊടുത്തോ?”മുത്തശ്ശി വിളിച്ചു ചോദിച്ചു.

“പശുവിന് വയ്ക്കോൽ ഇട്ടു കൊടുത്തു അമ്മേ.” മകൻ കൃഷ്ണൻകുട്ടി വിളിച്ചു പറഞ്ഞു.

മുത്തശ്ശി വീണ്ടും നാമജപം തുടങ്ങി.

“അന്നവസ്ത്രാദി മുട്ടാതെ
തന്നു രക്ഷിച്ചു ഞങ്ങളെ
ധന്യരാക്കുന്ന നീയൊന്നു
തന്നെ ഞങ്ങൾക്കു തമ്പുരാൻ.”

അപ്പോൾ അയൽപക്കത്തെ വീട്ടിലെ വീരപ്പൻ കയറി വന്നു. അയാൾക്ക് ഇത്തിരി കാലിപുകയില വേണം. മുത്തശ്ശിയോടു പുകയില ചോദിച്ചു.

“മുത്തശ്ശി...മുത്തശ്ശി... ഇത്തിരി പുകയില വേണമല്ലോ.” വീരപ്പൻ ചോദിച്ചു.

മുത്തശ്ശി പ്രാർത്ഥന നിറുത്തി. എഴുന്നേറ്റു പോയി പുകയില എടുത്തു കൊടുത്തു.

വീണ്ടും വന്നിരുന്ന് നാമജപം തുടങ്ങി. വീരപ്പൻ പുകയില വാങ്ങിക്കൊണ്ട് ഇറങ്ങിപ്പോയി.

അപ്പോൾ പേരക്കുട്ടി കരഞ്ഞ് ശല്യമുണ്ടാക്കി. ഉടനെ മുത്തശ്ശി ദ്വേഷ്യപ്പെട്ടു ചോദിച്ചു:

“സ്വൈര്യമായിരുന്ന് നാമം ജപിക്കാൻ സമ്മതിക്കുകയില്ലേ? നിനക്ക് കുട്ടിയെ കരയിപ്പിക്കാതെ നോക്കിയാലെന്താ?”

അതുകേട്ടപ്പോൾ മരുമകൾ ചോദിച്ചു:

“അമ്മ നാമം ജപിക്കുന്നതിനിടയ്ക്ക് എന്തെല്ലാം കാര്യങ്ങളാണ് അന്വേഷിക്കുന്നത്? ഇങ്ങനെയുള്ള നാമജപംകൊണ്ട് വലിയ പ്രയോജനമൊന്നുമില്ല. കണ്ണുകളഞ്ചുമുള്ളടക്കി മനസ്സ് ഏകാഗ്രമാക്കി ഇരുന്നു നാമജപം നടത്തായാലെ ദൈവം പ്രസാദിക്കുകയുള്ളു.”

മരുമകളുടെ വർത്തമാനം കേട്ടപ്പോൾ കോതമുത്തശ്ശിക്ക് മറുപടി ഒന്നും പറയുവാനുണ്ടായിരുന്നില്ല.

കുസൃതിക്കുട്ടപ്പൻ

കുറിച്ചിലക്കോട് ഗ്രാമത്തിൽ ഒരു ചെറിയ വീട്ടിൽ കുറുമ്പനും കുറുമ്പക്കുട്ടിയും അവരുടെ മകൻ കുട്ടപ്പനും താമസിച്ചിരുന്നു. മകനെ അച്ഛൻ അടുത്തുള്ള അംഗൻവാടിയിൽ ചേർത്തു. കുട്ടപ്പൻ മഹാവികൃതിയായിരുന്നു.

ഒരുദിവസം അംഗൻവാടിയിൽനിന്നു അവൻ ഒരു ബ്ലെയിഡ് കൊണ്ടു വന്നു. ഏതോ കുട്ടിയുടെ കൈയിൽ നിന്നു കിട്ടിയതാണ്.

ബ്ലെയിഡ് കൊണ്ടു കടലാസ് മുറിക്കുന്നതു കണ്ടപ്പോൾ അമ്മ ചോദിച്ചു:

"മോനെ എവിടെ നിന്നാണ് ബ്ലെയിഡ് കിട്ടിയത്? ബ്ലെയിഡ് എടുത്ത് കൈമുറിക്കരുത്."

അമ്മ പറഞ്ഞതൊന്നും കുട്ടപ്പൻ ശ്രദ്ധിച്ചില്ല. അവൻ വലിയ സന്തോഷത്തോടെ ബ്ലെയിഡുകൊണ്ട് കടലാസു മുറിച്ചു ഓടിനടന്നു.

അവന്റെ അമ്മ വീണ്ടും പറഞ്ഞു:

"മോനെ ബ്ലെയിഡുംകൊണ്ട് നീയിങ്ങനെ ഓടി നടക്കുന്നത് അപകടമാണ്. അത് എവിടെയെങ്കിലും കൊണ്ടു വയ്ക്ക്."

അമ്മ പറഞ്ഞത് കുട്ടപ്പൻ അനുസരിച്ചില്ല. അവൻ ബ്ലെയിഡ്

കൊണ്ട് കടലാസു മുറിക്കാനും കസേരയിലെല്ലാം വരയ്ക്കാനും തുടങ്ങി.

കുട്ടപ്പന്റെ കുസൃതികൾ കണ്ടു കൊണ്ട് അച്ഛൻ കയറി വന്നു. അച്ഛനെ കണ്ടപ്പോൾ കുട്ടപ്പൻ ഓടി.

കാല് വാതിൽപ്പടിയിൽ തട്ടി വീണു. വീഴ്ചയിൽ കൈയിലിരുന്ന ബ്ലെയിഡ് കൊണ്ട് വയർ ആഴത്തിൽ മുറിഞ്ഞു. ചോര ഒഴുകി. കുട്ടപ്പൻ ഉച്ചത്തിൽ കരഞ്ഞു. സ്വന്തം ചോരകണ്ട് അവൻ ഭയന്നു തലകറങ്ങി വീണു.

കരച്ചിൽ കേട്ട് അമ്മ ഓടിയെത്തി.

വേഗംതന്നെ ഓട്ടോ വിളിച്ച് അച്ഛനും അമ്മയും കൂടി കുട്ടപ്പനെ ആശുപത്രിയിൽ കൊണ്ടുപോയി. മുറിവ് സ്റ്റിച്ചിട്ടു. മരുന്നു വച്ചു. ഇൻജക്ഷൻ എടുത്തു.

വേദന കുറഞ്ഞപ്പോൾ അമ്മ പറഞ്ഞു:

“മോനോട് അമ്മ പറഞ്ഞില്ലേ ബ്ലെയിഡ് കൊണ്ടു കളിക്ക

രുതെന്ന്. പറഞ്ഞത് അനുസരിക്കാതെ വേണ്ടാത്തതു ചെയ്താൽ ഇതാണ് അനുഭവം.”

“അമ്മേ ഇനി ഞാൻ അമ്മ പറയുന്നത് അനുസരിച്ചോളാം.” കുട്ടപ്പൻ പറഞ്ഞു.

കുട്ടപ്പൻ പിന്നീട് കുസൃതിത്തരങ്ങൾ കാണിച്ചിട്ടില്ല. അനുസരണയുള്ള നല്ല കുട്ടിയായി.

അക്ഷരപ്പൂക്കൾ

മുത്തശ്ശിയുടെ പിന്നാലെ ശ്രീക്കുട്ടി മഞ്ചാടിച്ചുവട്ടിലേക്ക് പോയി. മഞ്ചാടിക്കുരു കൈ നിറയെ പെറുക്കിയെടുത്തു.

ശ്രീക്കുട്ടിയും മുത്തശ്ശിയും വീട്ടിലേക്ക് നടന്നു. പൂന്തോട്ടത്തിൽ വന്നു. അവിടെ പലതരം പൂക്കൾ വിരിഞ്ഞു നില്ക്കുന്നതു കണ്ടു.

ഒരു പൂമ്പാറ്റ പൂക്കളിൽ വന്നിരുന്ന് തേൻ കുടിക്കുന്നു. ശ്രീക്കുട്ടിക്ക് പൂമ്പാറ്റയെ പിടിച്ചെടുക്കാൻ കൊതി തോന്നി.

ശ്രീക്കുട്ടി മുത്തശ്ശിയോടു ചോദിച്ചു:

“മുത്തശ്ശി...മുത്തശ്ശി
എനിക്ക് പൂമ്പാറ്റയെ
പിടിച്ചു തരോ?”

“വേണ്ടാ മോളെ വേണ്ടാ മോളെ
അത് കുഞ്ഞിച്ചിറകു വിരിച്ചിട്ടങ്ങനെ
പാറിപ്പറന്നു നടന്നോട്ടെ
ആമോദത്താൽ ആടിപ്പാടി
ചുറ്റി നടന്നു കളിച്ചോട്ടെ.” മുത്തശ്ശി പറഞ്ഞു.

“മുത്തശ്ശി മുത്തശ്ശി എനിക്ക് അതിന്റെ കൂതിയിൽ നൂലു കെട്ടി കളിപ്പിക്കാനാണ്. അപ്പു ഇന്നലെ ഒരു പൂമ്പാറ്റയെ പിടിച്ചു നൂലു കെട്ടിക്കൊണ്ടു നടന്നു കളിപ്പിക്കുന്നത് കണ്ടല്ലോ? എനിക്കും

അതുപോലെ കളിപ്പിക്കാനാണ്.” ശ്രീക്കുട്ടി പറഞ്ഞു.

“മോളെ അങ്ങനെ ചെയ്യുന്നത്

വലിയ പാപമാണ്.

ഒരു പീഡയെറുമ്പിനും വരുത്തരുതെന്നാണ്

ഗുരുദേവൻ പറഞ്ഞിരിക്കുന്നത്.

എല്ലാ ജീവികളേയും സ്നേഹിക്കണം.” മുത്തശ്ശി പറഞ്ഞു.

മുത്തശ്ശിയും ശ്രീക്കുട്ടിയും വർത്തമാനം പറഞ്ഞുകൊണ്ട് പൂമ്പാറ്റ തേൻകുടിക്കുന്നത് നോക്കി നിന്നു. തേൻ കുടിച്ച് നൃത്ത

മാടി നടന്ന പൂമ്പാറ്റ പൂവാണെന്നു കരുതി ഒരു ചുവന്ന ഓന്തിന്റെ തലയിൽ ചെന്നിരുന്നു.

ഓന്ത് പൂമ്പാറ്റയെ ചാടിപ്പിടിച്ച് വിഴുങ്ങാനൊരുങ്ങി. പൂമ്പാറ്റ പേടിച്ചുവിറച്ചു നിലവിളിച്ചു:

"അയ്യോ എന്നെ കൊല്ലല്ലേ
കൊല്ലല്ലയ്യോ തിന്നല്ലേ."
"എനിക്കു വിശന്നിട്ടു വയ്യാ
നിന്നെ തിന്നാൽ എന്റെ
വിശപ്പു മാറും." ഓന്ത് പറഞ്ഞു.

പൂമ്പാറ്റയെ വിഴുങ്ങാനൊരുങ്ങിയ ഓന്തിനെ ശ്രീക്കുട്ടി കല്ലെടുത്തെറിഞ്ഞു. ഓന്ത് പേടിച്ചോടി.

പൂമ്പാറ്റ ഓന്തിന്റെ പിടിയിൽനിന്ന് രക്ഷപ്പെട്ടു. പൂക്കളിൽ ചെന്നിരുന്ന് തേൻ കുടിച്ച് ആടിപ്പാടി രസിച്ചു.

ഇതു കണ്ടപ്പോൾ പൂന്തോട്ടത്തിലെ പൂച്ചെടിയിൽ കയറിയിരുന്ന് ഓന്ത് ചോദിച്ചു:

"പൂമ്പാറ്റേ നിങ്ങളെപ്പോഴും
സന്തോഷിച്ച് നൃത്തമാടി
നടക്കുന്നല്ലോ?
നിങ്ങൾക്കൊരിക്കലും ദുഃഖമില്ലേ?
നിങ്ങളുടെ സന്തോഷത്തിന്റെ
രഹസ്യമെന്താണ്?
ഞങ്ങൾക്കിവിടെ എപ്പോഴും
ദുഃഖവും ദുരിതവുമാണ്.
പിള്ളേരു കണ്ടാൽ ഞങ്ങളെ കല്ലെറിയും."
ഓന്തിന്റെ ചോദ്യം കേട്ടപ്പോൾ പൂമ്പാറ്റ പറഞ്ഞു:
"വഞ്ചകരല്ലോ നിങ്ങൾ
ഞങ്ങളെ ഇഞ്ചിഞ്ചാക്കും ചതിയർ.
അതുകൊണ്ടാണ് നിങ്ങൾക്ക്
സന്തോഷമില്ലാത്തത്.
ഞങ്ങൾ ഒരുറുമ്പിനെപ്പോലും
നോവിക്കാത്തവരും സ്നേഹത്തിന്റെയും
കാരുണ്യത്തിന്റെയും ഉടമകളുമാണ്.
അതുകൊണ്ടു തന്നെ

വർണ്ണച്ചിറകു വിരിച്ചിട്ടിങ്ങനെ
പാറി നടക്കും ഞങ്ങൾ.
ആമോദത്താൽ ആടിപ്പാടി
ചുറ്റി നടക്കും ഞങ്ങൾ.
മനസ്സിലായോ?"

ഇങ്ങനെ പറഞ്ഞ് പൂമ്പാറ്റ അകലേക്ക് പറന്നു പോയി.

ശ്രീക്കുട്ടി മഞ്ചാടിക്കുരു മുത്തശ്ശിയുടെ കൈയിൽ കൊടുത്തു. പൂന്തോട്ടത്തിൽ നിന്ന് കുറെ പൂക്കൾ പറിച്ചു. മുത്തശ്ശിയുടെ പുറകെ വീട്ടിലേക്ക് നടന്നു.

വീട്ടിൽ ചെന്നു മുൻവശത്തെ മുറിയിൽ പൂക്കൾകൊണ്ട് മനോഹരമായി ശ്രീക്കുട്ടി എന്നെഴുതി.

പേരക്കുട്ടിയുടെ അക്ഷരപ്പൂക്കൾ കണ്ട് മുത്തശ്ശി കുട്ടിയെ അഭിനന്ദിച്ചു.

പൂച്ചയുടെ ഓട്ട മത്സരം

കാർത്തുവിന് ഒരു പൂച്ചയുണ്ടായിരുന്നു. കാളിപ്പൂച്ച. കാളിപ്പൂച്ച കുഞ്ഞായിരുന്നപ്പോൾ കാർത്തുവിന്റെ വീട്ടിൽ എങ്ങുനിന്നോ വന്നതാണ്. കാർത്തു പൂച്ചയ്ക്ക് പാലും ചോറും കൊടുത്തു വളർത്തി.

പൂച്ച വളർന്ന് വലുതായി. എലിയെ പിടിക്കാനും പല്ലി, പാറ്റ എന്നിവയെ കൊല്ലാനും അവൾ മിടുക്കിയായിരുന്നു. കാർത്തുവിന്റെ വീട്ടിൽ നിന്ന് കിട്ടുന്ന ആഹാരവും കഴിച്ച് പൂച്ച സുഖമായി കഴിഞ്ഞു.

ഒരുദിവസം കാർത്തു ഒരു കോഴിയെ കൊന്ന് നന്നാക്കി കറിവച്ചു. കറി മൂടിവച്ചു കൊണ്ടു കുളിക്കാൻ പോയി.

കുളി കഴിഞ്ഞ് വന്ന് കാരണവന്മാർക്ക് വീതം വയ്ക്കാം. അതിനുശേഷം ഇറച്ചികൂട്ടി ചോറുണ്ണാം എന്നു തീരുമാനിച്ചുകൊണ്ടാണ് കുളിക്കാൻ പോയത്.

കുളികഴിഞ്ഞ് വന്നപ്പോൾ ഇറച്ചി മുഴുവൻ പൂച്ച തിന്ന് പാത്രം നക്കി തുടയ്ക്കുന്നതു കണ്ടു. കാർത്തുവിന് കലികയറി. കാർത്തു ഒരു മുട്ടൻ വിറകുകോല് എടുത്തു കൊണ്ട് പൂച്ചയെ അടിക്കാൻ ചെന്നു.

കാർത്തുവിനെ കണ്ടപ്പോൾ പൂച്ച ജീവനുംകൊണ്ട് അന്തം വിട്ട് ഓടി. കാർത്തു അടുക്കളയുടെ വാതിൽ അടച്ചു. പൂച്ചയ്ക്ക്

മുറിക്ക് പുറത്തു കടക്കാൻ കഴിഞ്ഞില്ല.

"കള്ളിപ്പൂച്ചേ നിന്റെ തല
തല്ലി പൊളിക്കും ഞാൻ."

എന്നു പറഞ്ഞ് അലറിക്കൊണ്ട് കാർത്തു പൂച്ചയുടെ പിന്നാലെ എത്തി.

പൂച്ച അടുക്കളയിൽ വട്ടം ചുറ്റി ഓടി. പാൽപ്പാത്രം തട്ടി മറിച്ചു. കാർത്തു പൂച്ചയെ അടിച്ചു.

അടി പൂച്ചയുടെ ദേഹത്ത് കൊണ്ടില്ല. ചോറ് വച്ചിരുന്ന മൺകലത്തിൽ കൊണ്ടു. കലം പൊട്ടി തകർന്നു പോയി.

കാർത്തുവിന് ദ്വേഷ്യവും സങ്കടവും സഹിക്കവയ്യാതായി. പൂച്ചയെ കൊല്ലാനുള്ള കലി വന്നു. പൂച്ചയെ അടിക്കാൻ ഓടിച്ചു.

പൂച്ച മുറിയിൽ നിന്ന് പുറത്തു കടന്ന് രക്ഷപെടാനുള്ള മാർഗ്ഗം അന്വേഷിച്ച് മുറിയിൽ ഓട്ടമത്സരം നടത്തി. ഒരു മാർഗ്ഗവും കണ്ടില്ല.

കാർത്തു പൂച്ചയെ അടിക്കാൻ ലാക്കുനോക്കി പൂച്ചയുടെ പിന്നാലെ ഓടി. പുറത്തു കടക്കാൻ മാർഗ്ഗമില്ലെന്നു കണ്ടപ്പോൾ പൂച്ച മുറിയുടെ മൂലയിൽ ഇരുന്നുകൊണ്ട് കാർത്തുവിന്റെ ചലനങ്ങൾ ശ്രദ്ധിച്ചു.

കാർത്തു പൂച്ചയെ അടിക്കാൻ വടി ഓങ്ങി. പൂച്ച ചീറിക്കൊണ്ട് പുലിയെപ്പോലെ കാർത്തുവിന്റെ മേൽചാടി വീണു മാന്തിപ്പറിച്ചു. കാർത്തുവിന്റെ കൈയും മേലും എല്ലാം മുറിഞ്ഞു.

കാർത്തു പേടിച്ചു വിറച്ചു വാതിൽ തുറന്നു പുറത്തു കടന്നു.

"കാളിപ്പൂച്ചേ കള്ളിപ്പൂച്ചേ
നിന്ന തല്ലിയത് പുലിവാലായി."

എന്നു പറഞ്ഞുകൊണ്ട് മുറിവിൽ മരുന്നു പുരട്ടി. കാളിപ്പൂച്ച ഓടി തട്ടിൻ മുകളിൽ കയറി.

"ഇപ്പോൾ ഓടി രക്ഷപ്പെട്ടോ നീ
അത്താഴമുണ്ണാറാകുമ്പോൾ
നീ താഴെ ഇറങ്ങി വരും.
അപ്പോൾ ഞാൻ നിന്നെ അടിച്ച്
തല പൊട്ടിക്കും."

എന്നു പറഞ്ഞുകൊണ്ട് കാർത്തു ദ്വേഷ്യം കടിച്ചമർത്തി.

അത്താഴം കഴിക്കാറായപ്പോൾ കാളിപ്പൂച്ച പേടിച്ച് പേടിച്ച് പതുങ്ങി ഇറങ്ങി വന്നു. കാർത്തു പൂച്ച വരുന്നതു കണ്ടു. അവൾ വിറകു കൊള്ളി വച്ച് ഒറ്റയടി കൊടുത്തു.

പൂച്ച മ്യാവൂ...മ്യാവൂ... എന്നു കരഞ്ഞുകൊണ്ട് ഓടി. കാർത്തുവിന്റെ ദ്വേഷ്യം ശമിച്ചു.

തെറ്റു ചെയ്തവർ പേടിച്ചേ നടക്കൂ. അവരുടെ ഉള്ളിൽ കുറ്റബോധം ഉണ്ടാകും.

പൂച്ചയെ മുറി അടച്ചിട്ട് അടിക്കരുത്. ഗതിമുട്ടിയാൽ പൂച്ച പുലിയായി മാറും. ആത്മരക്ഷയ്ക്കുവേണ്ടി എന്തും ചെയ്യും.

ഉറ്റചങ്ങാതികൾ

മുറിവേറ്റു പറന്നുവന്നു മുറ്റത്തു വീണു കരയുന്ന തത്ത ക്കുഞ്ഞിനെ ചക്കിപ്പൂച്ച കണ്ടു. പൂച്ച തത്തക്കുഞ്ഞിനെ പിടിച്ച് ശാപ്പിടാൻ തക്കം നോക്കി. തത്തക്കുഞ്ഞ് പറന്ന് മുറ്റത്തു നിന്ന കാന്താരി മുളകിന്റെ ചില്ലയിൽ കയറിയിരുന്നു.

നാലാം സ്റ്റാന്റേഡിൽ പഠിക്കുന്ന ചിഞ്ചു സ്കൂളിൽ പോയി തിരിച്ചു വന്നപ്പോൾ തത്തക്കുഞ്ഞിനെ പിടിക്കാൻ നോക്കിയിരി ക്കുന്ന ചക്കിപ്പൂച്ചയെ കണ്ടു.

ചിഞ്ചു ചക്കിപ്പൂച്ചയെ വടി എടുത്തു ഓടിച്ചു. തത്തക്കുഞ്ഞ് ചിഞ്ചുവിന്റെ അടുത്തു വന്നു എന്നെ രക്ഷിക്കൂ എന്നു പറഞ്ഞ് ദയനീയമായി കരഞ്ഞു.

ചിഞ്ചു അമ്മയെ വിളിച്ചു. അമ്മയും രണ്ടു വയസ്സുകാരി അനിയത്തി മഞ്ജുവും ഇറങ്ങി വന്നു. അവരെ തത്തക്കു ഞ്ഞിനെ കാണിച്ചു കൊടുത്തു.

എല്ലാവരും തത്തക്കുഞ്ഞിനെ നോക്കി നിന്നു. അതു പറന്നു പോകാൻ തയ്യാറായില്ല.

"അമ്മേ അമ്മേ പിടിക്കു
തത്തക്കുഞ്ഞിനെ പിടിക്കു
വന്നു കിട്ടിയ തത്തക്കുഞ്ഞിനെ

നമുക്ക് വളർത്താം."

ചിഞ്ചു അമ്മയെ നിർബ്ബന്ധിച്ചു.

ചിഞ്ചു തത്തക്കുഞ്ഞിനെ പിടിക്കാൻ ചെന്നു. അതു അനങ്ങാതെ ഇരുന്നു. പിടിച്ചു നോക്കിയപ്പോൾ അതിന്റെ ദേഹത്ത് മുറിവേറ്റിരിക്കുന്നത് കണ്ടു.

അമ്മയും മകളും കൂടി തത്തക്കുഞ്ഞിന്റെ മുറിവിൽ മരുന്ന് വച്ചു. സ്നേഹപൂർവ്വം അതിന്റെ പുറത്ത് തലോടി. മുറിക്കകത്തു കൊണ്ടു വന്ന് വച്ച് പഴം കൊടുത്തു. തത്തക്കുഞ്ഞ് കുറേശ്ശെ പഴം കൊത്തി തിന്നുന്നത് ചിഞ്ചു നോക്കി നിന്ന് രസിച്ചു. അവൾ അമ്മയോടു പറഞ്ഞു:

"അമ്മേ തത്തക്കുഞ്ഞിന്

പാലു കൊടുത്തു നോക്കാം."

"മോളെ പാല് ഇല്ലല്ലോ

ചായ എടുത്തില്ലേ?"

അമ്മ പറഞ്ഞു.

"എന്നാൽ അമ്മയുടെ

മാമം കറന്നു കൊടുക്ക്." ചിഞ്ചു പറഞ്ഞു.

അമ്മ തന്റെ മുല പിഴിഞ്ഞ് ഒരു സ്പൂൺ പാല് എടുത്ത് തത്തക്കുഞ്ഞിന് കൊടുത്തു. തത്തക്കുഞ്ഞ് രുചിയോടെ പാലു കുടിച്ചു. സ്നേഹം പ്രകടിപ്പിച്ചു.

തത്തക്കുഞ്ഞിനെ കിട്ടിയ ദിവസം ചിഞ്ചുവിന് ഒരു പുതിയ ബി എസ് എ ലേഡിബേർഡ് സൈക്കിൾ വാങ്ങി കൊണ്ടാണ് അച്ഛൻ ഓഫീസിൽനിന്ന് വന്നത്.

അന്ന് അച്ഛന് ശമ്പളം കിട്ടിയ ദിവസമായിരുന്നു. സൈക്കിൾ കിട്ടിയപ്പോൾ ചിഞ്ചുവിനുണ്ടായ സന്തോഷത്തിനു അതിരില്ലായിരുന്നു.

"അച്ഛാ... അച്ഛാ...

തത്തക്കുഞ്ഞിനെ കിട്ടി.

എന്തൊരഴക് അതിന്.

വന്നു കിട്ടിയ തത്തക്കുഞ്ഞ്
വീടിന് ഐശ്വര്യമാണ്.
എന്ന് വടക്കേലെ മുത്തശ്ശി പറഞ്ഞു.
നമുക്ക് തത്തക്കുഞ്ഞിനെ ഐശ്വര്യ
എന്നു പേരിട്ട് വളർത്താം." ചിഞ്ചു പറഞ്ഞു.

ചിഞ്ചു പറഞ്ഞ കാര്യങ്ങൾ അച്ഛൻ സമ്മതിച്ചു. തത്തക്കുഞ്ഞിനെ എല്ലാവർക്കം ഇഷ്ടമായി. തത്തക്കുഞ്ഞിന് മുലപ്പാലും പഴവർഗ്ഗങ്ങളും കായ്കനികളും കൊടുത്ത് വളർത്തി.

ഐശ്വര്യ എന്നു പേരിട്ടു.

പൂച്ച പിടിക്കാതെ നോക്കി.

കുറച്ചു ദിവസം കഴിഞ്ഞപ്പോൾ പൂച്ചയും തത്തക്കുഞ്ഞും തമ്മിൽ കൂട്ടുകാരായി.

വീട്ടിലുള്ള എല്ലാവരുമായി തത്തക്കുഞ്ഞ് ഇണങ്ങി. മുറിവെല്ലാം ഉണങ്ങി.

തത്തക്കുഞ്ഞ് വീടുവിട്ട് എങ്ങും പോകാതായി. ഐശ്വര്യ

എന്നു വിളിച്ചാൽ പറന്നു വരും.

മൂന്നുമാസം കഴിഞ്ഞപ്പോൾ മനുഷ്യർ സംസാരിക്കുന്നതു പോലെ ഭംഗിയായി സംസാരിക്കുവാൻ തുടങ്ങി.

ചിഞ്ചുവിന്റെ അനിയത്തി മഞ്ജു മുറ്റത്തു കൂടി ഓടി കളിക്കുമ്പോൾ ഐശ്വര്യ പറയും:

“മഞ്ജു പതുക്കെ ഓടിയാൽ മതി. അല്ലെങ്കിൽ വീഴും.

കൈയും കാലും കഴുകി കഴിഞ്ഞാൽ ടാപ്പ് അടയ്ക്കുക. ടാപ്പ് തുറന്നിട്ടാൽ ടാങ്കിലെ വെള്ളം വറ്റും.”

ഇങ്ങനെയുള്ള നിർദ്ദേശങ്ങൾ മഞ്ജുവിനു കൊടുക്കും.

ഐശ്വര്യയുടെ സംസാരം കേൾക്കുമ്പോൾ എല്ലാവർക്കും അതിശയമാണ്.

“ഒരു തത്ത എങ്ങനെ ഇത്ര ബുദ്ധിപൂർവ്വം സംസാരിക്കുന്നത്?”

മുലപ്പാല് കുടിച്ച് വളർന്നതുകൊണ്ടാണ് തത്തയ്ക്ക് ബുദ്ധി ശക്തി കൂടാൻ കാരണം എന്ന് അയൽപക്കത്തെ മുത്തശ്ശി പറഞ്ഞു.

ചിഞ്ചുവിന്റെ അച്ഛൻ രാവിലെ എഴുന്നേറ്റ് അഞ്ചേഅൻപത്തിയഞ്ചിന് റേഡിയോ ഓൺ ചെയ്ത് സുഭാഷിതം കേൾക്കും. ഐശ്വര്യയും എഴുന്നേറ്റ് സുഭാഷിതം കേൾക്കും.

അവൾ രാത്രി ഉറങ്ങുന്നത് മഞ്ജുവിന്റെ ആട്ടുതൊട്ടിലിലാണ്. സുഭാഷിതം തുടങ്ങുമ്പോൾ ഐശ്വര്യ ചിഞ്ചുവിനെ വിളിച്ച് എഴുന്നേല്പിക്കും.

“ചിഞ്ചു എഴുന്നേല്ക്ക് സുഭാഷിതം കേൾക്ക്.” എന്നു പറയും.

ഐശ്വര്യയും ചിഞ്ചുവും മഞ്ജുവും ഒരുമിച്ച് ദിവസവും രാവിലെ കുറെനേരം വർത്തമാനം പറഞ്ഞ് കളിച്ചു ചിരിച്ചു രസിക്കും.

ഐശ്വര്യേ കളി നിറുത്ത് എന്ന് ചിഞ്ചുവിന്റെ അമ്മ വിളിച്ചു പറഞ്ഞാൽ കളി നിറുത്തും.

ചിഞ്ചുവിനോടും മഞ്ജുവിനോടും കളി നിറുത്താൻ

ഐശ്വര്യ പറയും. പിന്നെ അവർ ദിനചര്യകൾ കഴിച്ച് കാപ്പി കുടിച്ച് പഠിക്കാൻ തുടങ്ങും.

ഐശ്വര്യയും പാലുകുടിച്ച് തൊട്ടിലിൽ കയറി ഇരിക്കും. വീട്ടിൽ വരുന്നവർക്ക് നമസ്കാരം പറയാനും പോകുമ്പോൾ ടാറ്റാ പറയാനും ഐശ്വര്യക്ക് അറിയാം. ചിഞ്ചുവും മഞ്ജുവുമാണ് ഐശ്വര്യയുടെ ഉറ്റ ചങ്ങാതികൾ.

സൈക്കിൾ തമ്മിൽ കൂട്ടിയിടിച്ചു

വിജയമ്മ അഞ്ചാം സ്റ്റാന്റേർഡിലാണ് പഠിക്കുന്നത്. അവളുടെ മുത്തച്ഛൻ സാഹിത്യകാരനാണ്. പത്രമാഫീസിൽ നിന്ന് രൂപ വന്നപ്പോൾ മുത്തച്ഛൻ അവൾക്ക് നൂറുരൂപ കൊടുത്തുകൊണ്ട് പറഞ്ഞു:

"വിജയമ്മേ മോളെ ഇന്നാ നൂറു രൂപ
സൂക്ഷിച്ചു വച്ചാൽ ഒരു സൈക്കിൾ വാങ്ങാം.
സമ്പാദ്യശീലം വളർത്തിയെടുക്കണം
അനാവശ്യമായി ചെലവാക്കരുത്."

മുത്തച്ഛൻ പലപ്പോഴായി കൊടുത്ത രൂപ കൂട്ടിവച്ച് രണ്ടായിരത്തി അഞ്ഞൂറുരൂപ ആയപ്പോൾ വിജയമ്മ അച്ഛന്റെ കൈയിൽ കൊടുത്തയച്ച് സൈക്കിൾ വാങ്ങി.

മുറ്റത്ത് സൈക്കിൾ ചവിട്ടി നടന്ന് പഠിച്ചു. ഒരുദിവസം റോഡിലൂടെ സൈക്കിൾ ചവിട്ടി പോകാൻ വേണ്ടി സൈക്കിൾ എടുത്തു.

അപ്പോൾ ചേച്ചി കനകമ്മ പറഞ്ഞു:

"റോഡിൽ കൊണ്ടു പോകണ്ടാ
റോഡിൽ പോയാൽ വീഴും
വീണാൽ കാലു പൊട്ടും."

ചേച്ചി പറഞ്ഞത് വിജയമ്മ അനുസരിച്ചില്ല. അവൾ സൈക്കിൾ എടുത്തു കൊണ്ടുപോയി റോഡിലൂടെ ചവിട്ടി നടന്നു.

വിജയമ്മ റോഡിലൂടെ സൈക്കിൾ ചവിട്ടി പോകുന്നതു കണ്ടപ്പോൾ അയൽവക്കത്തെ ആനന്ദു സൈക്കിൾ എടുത്തു കൊണ്ട് റോഡിലേക്കു വന്നു. അവനും സൈക്കിൾ ചവിട്ടാൻ തുടങ്ങി. ഇരുവരും മത്സരിച്ച് വേഗത്തിൽ റോഡിലൂടെ സൈക്കിൾ ചവിട്ടി. ഒരു വളവിലെത്തിയപ്പോൾ സൈക്കിൾ തമ്മിൽ കൂട്ടിയിടിച്ചു. തക്കട തരികിട സൈക്കിൾ രണ്ടും മറിഞ്ഞു റോഡിൽ വീണു. വിജയമ്മയുടെ മുട്ടുകാൽ രണ്ടും പൊട്ടി ചോര യൊലിച്ചു. ആനന്ദുവിന്റെ കൈമുട്ടു പൊട്ടി ചോര വന്നു. ഇരു വരും എഴുന്നേറ്റ് കരഞ്ഞു ബഹളം വച്ചു. പരസ്പരം കുറ്റം പറ ഞ്ഞു. നീ കാരണമാണ് വീണതെന്ന് വിജയമ്മയും നീ കാരണ മാണ് വീണതെന്ന് ആനന്ദുവും പറഞ്ഞു.

കുട്ടികളുടെ കരച്ചിൽ വഴിയെ പോയ വഴിയാത്രക്കാർ കേട്ടു. അവർ സൈക്കിൾ എടുത്തു നിവർത്തി കൊടുത്ത് ഇരുവരെയും സമാധാനിപ്പിച്ചു കൊണ്ടു പറഞ്ഞു:

"റോഡിൽ കൂടെ പോകുമ്പോൾ
റോഡ് നിയമങ്ങൾ പാലിക്കണം
തോന്നിയപോലെ പോയാൽ
ആപത്താണേ മക്കളെ."

ഇരുവരും സൈക്കിൾ തള്ളിക്കൊണ്ട് വീടുകളിലേക്കു പോയി. വിജയമ്മ വീട്ടിൽ വന്ന് ചേച്ചിയെ വിളിച്ചു കരഞ്ഞു ബഹളം കൂട്ടി.

"ചേച്ചിയുടെ കരിനാക്ക് ഫലിച്ചു.
ഞാൻ വീണ് എന്റെ കാലു രണ്ടും പൊട്ടി."

വിജയമ്മയുടെ കരച്ചിൽ കേട്ട് മുത്തച്ഛൻ വന്ന് സമാധാനി പ്പിച്ചു.

"മോളെ സൈക്കിൾ ചവിട്ടി പഠിക്കുമ്പോൾ
ചിലപ്പോൾ വീണു എന്നിരിക്കും.

അത് ചേച്ചി പറഞ്ഞിട്ടല്ല.

ചേച്ചിയുടെ കരിനാക്കുമല്ല."

"അല്ല മുത്തച്ഛാ ഞാൻ സൈക്കിൾ എടുത്തു റോഡിലേക്കിറങ്ങിയപ്പോൾ ചേച്ചി പറഞ്ഞു വീഴുമെന്ന് അങ്ങനെ തന്നെ സംഭവിച്ചു. അതാ ഞാൻ പറഞ്ഞത് ചേച്ചിയുടെ കരിനാക്കാണെന്ന്."

"സാരമില്ല മോളെ" എന്നു പറഞ്ഞ് മുത്തച്ഛൻ കാലിൽ മരുന്നു വച്ചുകൊടുത്തു. മുത്തച്ഛന്റെ ആശ്വാസവാക്കു കേട്ടപ്പോൾ വിജയമ്മയുടെ കരച്ചിൽ മാറി.

നല്ലതുകേട്ടാൽ സന്തോഷം

അന്ന് ഞായറാഴ്ചയായിരുന്നു. ഒഴിവു ദിവസം. ഉച്ച ഊണിന് നല്ല ഭക്ഷണം ഉണ്ടാക്കി ഭർത്താവുമൊരുമിച്ചിരുന്നു കഴിക്കാമെന്നു ഏലമ്മ കരുതി. അവൾ മോരുകറിയുണ്ടാക്കി ഏത്തക്കായ മെഴുക്കുപുരട്ടി വച്ചു പപ്പടം വറുത്തു അച്ചാറും കൂട്ടി ഊണു കഴിക്കാൻ തയ്യാറായി. ഭർത്താവ് സക്കറിയയെ ഊണു കഴിക്കാൻ വിളിച്ചു.

ഭാര്യയും ഭർത്താവും ഊണു കഴിക്കാൻ തയ്യാറായി. ഏലമ്മ ചോറ് വിളമ്പി കറികളും പ്ലെയ്റ്റുകളിൽ വിളമ്പിക്കൊണ്ടു വച്ചു. സക്കറിയ മോര് ചോറിൽ ഒഴിച്ച് വാരിതിന്നുകൊണ്ട് പറഞ്ഞു:

"ഈ മോര് എന്തിനു കൊള്ളാം.

ഇത് ചോറിൽ ഒഴിച്ചു പോയല്ലോ.

എങ്ങനെ ഈ ചോറ് കഴിക്കും?"

ഭർത്താവിന്റെ കുറ്റപ്പെടുത്തൽ കേട്ടപ്പോൾ ഏലമ്മയ്ക്ക് സങ്കടമായി. പാടുപ്പെട്ട് ഭക്ഷണം തയ്യാറാക്കി വച്ചിട്ട് ഇങ്ങനെ പറഞ്ഞല്ലോ എന്നോർത്തപ്പോൾ അവൾക്ക് സങ്കടം വർദ്ധിച്ചു. അവൾ പറഞ്ഞു:

"നിങ്ങൾ എന്നെങ്കിലും കുറ്റം പറയാതിരുന്നിട്ടുണ്ടോ?

അതു നിങ്ങളുടെ പാരമ്പര്യമാണ്.

വേണമെങ്കിൽ തിന്നാൽ മതി

എനിക്ക് ഇങ്ങനെ ഉണ്ടാക്കാനേ അറിയൂ."

ഇങ്ങനെ പറഞ്ഞ് ഭാര്യയും ഭർത്താവും വഴക്കുകൂടി.

ഏലമ്മ ഊണു കഴിഞ്ഞ് അടുത്തവീട്ടിലെ സരസമ്മയെ വിളിച്ചു പറഞ്ഞു:

"സരസമ്മേ ഊണുകഴിഞ്ഞില്ലെങ്കിൽ മോരുകറി തരാം."

ഏലമ്മയുടെ ചോദ്യം കേട്ടപ്പോൾ സരസമ്മ പറഞ്ഞു:

"ഞങ്ങൾ ഉണ്ടില്ല. മോരുണ്ടെങ്കിൽ തന്നേരെ."

ഏലമ്മ മോരുകറി കൊടുത്തു. സരസമ്മ മോരുകറി കൂട്ടി ഊണുകഴിച്ചിട്ട് പറഞ്ഞു:

"ഇത്ര നല്ല മോരുകറി അടുത്തകാലത്തെങ്ങും കൂട്ടിയിട്ടില്ല."

സരസമ്മയുടെ സംസാരം കേട്ടപ്പോൾ ഏലമ്മ പറഞ്ഞു:

"കഴിഞ്ഞ ഇരുപതു കൊല്ലമായി എന്റെ ഭർത്താവ് ഇങ്ങനെ ഒരു നല്ല വാക്ക് പറഞ്ഞിട്ടില്ല. ഇന്നും ഈ മോരുകറിക്ക് കുറ്റം പറഞ്ഞ് ഞങ്ങൾ തമ്മിൽ വഴക്കുകൂടി."

ഈ വിവരണം കേട്ടപ്പോൾ സരസമ്മ പറഞ്ഞു:

"കറി നന്നായില്ലെന്നു പറഞ്ഞാൽ ഭാര്യക്ക് ദേഷ്യം. നന്നായി എന്നു പറഞ്ഞാൽ സന്തോഷം. ഈ പരിമിതി മനസ്സിലാക്കി വേണം ഭാര്യയും ഭർത്താവും ജീവിക്കാൻ. പല വിട്ടുവീഴ്ചകളും ചെയ്യാൻ മനസ്സ് തയ്യാറാകണം. എങ്കിൽ മാത്രമേ കുടുംബജീവിതം സന്തോഷകരമാകുകയുള്ളൂ. അല്ലെങ്കിൽ മനസ്സമാധാനം കൊടുത്തും."

നല്ലതുകേട്ടാൽ സന്തോഷം.

ശിക്ഷയും ശിക്ഷണവും

ഇന്ദുലേഖയുടെ മകൾ സൂര്യഗായത്രി അംഗൻവാടിയിലാണ് പഠിക്കുന്നത്. കുട്ടിയെ രാവിലെ അംഗൻവാടിയിൽ കൊണ്ടുപോകുന്നതും വൈകുന്നേരം കൊണ്ടുവരുന്നതും ഇന്ദുലേഖയാണ്.

സൂര്യഗായത്രിക്ക് അംഗൻവാടിയിൽ പോകാൻ വലിയ താല്പര്യമാണ്. കുട്ടികളുമായി കളിക്കാനും പാട്ടുപാടി രസിക്കാനും വേണ്ട അവസരം കിട്ടും. തന്മൂലം മടികൂടാതെ സന്തോഷത്തോടെ അംഗൻവാടിയിൽ പോയി. പല പുതിയ അറിവും അവിടെനിന്നു കുട്ടിക്ക് ലഭിച്ചു.

ഒരുദിവസം വൈകുന്നേരം വന്നപ്പോൾ കുട്ടി ആഹ്ലാദത്തോടെ അമ്മയോടു പറഞ്ഞു:

"അമ്മേ അമ്മേ ഇന്നു ഞാൻ
ഒരു പാട്ടു പഠിച്ചല്ലോ
ടീച്ചർ എന്നെ ഒരു പാട്ടു പഠിപ്പിച്ചല്ലോ."

"എന്തു പാട്ടാണ് എന്റെ പുന്നാരമോള് പഠിച്ചത്?
അമ്മയെ ഒന്നു പാടി കേൾപ്പിക്ക്." അമ്മ പറഞ്ഞു.

"ഞാൻ പാടി കേൾപ്പിക്കാം." എന്നു പറഞ്ഞ് സൂര്യഗായത്രി പാടി.

“കാക്കെ കാക്കെ കൂടെവിടെ
കൂട്ടിനകത്തൊരു കുഞ്ഞുണ്ടോ
കുഞ്ഞിനു തീറ്റകൊടുക്കാഞ്ഞാൽ
കുഞ്ഞ് കിടന്നു കരയില്ലേ?”
“കൊള്ളാം നല്ല പാട്ട് മിടുക്കി.”

എന്നു പറഞ്ഞ് അമ്മ മകളുടെ പുറത്ത് തട്ടി അഭിനന്ദിച്ചു.

അമ്മയുടെ അഭിനന്ദനവാക്ക് കേട്ടപ്പോൾ സൂര്യഗായത്രിക്ക് സന്തോഷമായി.

ഒരുദിവസം സൂര്യഗായത്രി ടി വി കണ്ടിരുന്നപ്പോൾ മുത്തച്ഛൻ പറഞ്ഞു:

“മോളെ അധികസമയം
ടി വി കണ്ടിരിക്കരുത്
ഇത്ര അടുത്തിരുന്ന് ടി വി
കാണുന്നതും നല്ലതല്ല
കണ്ണിന് കേടാണ്.
മോള് പോയി കളിക്ക്”

എന്നു പറഞ്ഞ് മുത്തച്ഛൻ ടി വി ഓഫ് ചെയ്തു.

സൂര്യഗായത്രി പോയി ടി വി ഓൺചെയ്തു കൊണ്ട് പറഞ്ഞു:

“അമ്മേ അമ്മേ ഓടി വന്നേ ഈ വയസ്സൻ ടി വി കാണാൻ സമ്മതിക്കുന്നില്ല.”

മകളുടെ വിളി കേട്ടപ്പോൾ അമ്മ മകളുടെ അടുത്തു വന്നു എന്തിനാ വിളിച്ചതെന്ന് അന്വേഷിച്ചു. അപ്പോൾ സൂര്യഗായത്രി പറഞ്ഞു:

“അമ്മേ, അമ്മേ, ഈ വയസ്സൻ ടി വി ഓഫ് ചെയ്തു.

എന്നെ ടി വി കാണാൻ സമ്മതിക്കുന്നില്ല.

മകളുടെ സംസാരം കേട്ടപ്പോൾ അമ്മ ചോദിച്ചു:

“നിന്നോട് മുത്തച്ഛനെ വയസ്സൻ എന്നു വിളിക്കരുതെന്നു പല പ്രാവശ്യം പറഞ്ഞിട്ടില്ലേ? മുത്തച്ഛനോട് ബഹുമാനത്തോ

ടുകൂടി സംസാരിക്കണമെന്നു പറഞ്ഞു തന്നിട്ടില്ലേ? എന്നിട്ട് എന്തുകൊണ്ടാണ് അനുസരിക്കാത്തത്?"

എന്നു ചോദിച്ചുകൊണ്ട് മുറ്റത്തു നിന്നു പേരയിൽനിന്ന് വടി ഒടിച്ച് തുടയ്ക്ക് രണ്ട് അടി കൊടുത്തു.

അടികൊണ്ട് കരഞ്ഞപ്പോൾ മുത്തച്ഛനെ ബഹുമാനിക്കണമെന്ന പാഠം പഠിച്ചു. പിന്നീട് ഒരിക്കലും മുത്തച്ഛനെ വയസ്സൻ എന്നു വിളിച്ചിട്ടില്ല.

വെള്ളമുയലും പൂച്ചയും

മുരുകപ്പൻ ഒരു കർഷകനാണ്. അയാളുടെ വീട്ടിൽ ഒരു വെള്ളമുയലും ഒരു പൂച്ചയും ഉണ്ട്. ഒരുദിവസം മുയൽ തീറ്റ തേടി പാടത്തും പറമ്പിലും നടന്നു. അങ്ങനെ പോയപ്പോൾ ഒരു തണ്ണിമത്തൻ തോട്ടം കണ്ടു. തോട്ടത്തിൽ പഴുത്ത തണ്ണിമത്തങ്ങ കൃഷിക്കാരൻ തിന്ന് കുരു കളഞ്ഞിരിക്കുന്നതു കണ്ടു. മുയൽ കുറെ കുരു എടുത്തു കൊണ്ടു വീട്ടിലേക്കു പോന്നു.

വീട്ടിൽ വന്ന് പൂച്ചയെ വിളിച്ചു പറഞ്ഞു:

“കുറിഞ്ഞിപ്പൂച്ചേ കൂട്ടുകാരാ
കണ്ടോ കണ്ടോ തണ്ണിമത്തൻകുരു
പുഴയുടെ തീരത്ത് ചേണിമണ്ണിൽ
നമുക്കിതു കൃഷി ചെയ്യാം.”

മുയലിന്റെ ആവശ്യം കേട്ടപ്പോൾ പൂച്ച പറഞ്ഞു:

“കൊള്ളാം നല്ല കാര്യം
കൃഷിചെയ്ത് മത്തങ്ങ
വിറ്റു പണം സമ്പാദിക്കാം.
നിന്റെ സംരംഭത്തിന്
എന്റെ അഭിനന്ദനങ്ങൾ!”

പൂച്ചയുടെ അഭിപ്രായം കേട്ടപ്പോൾ മുയൽ പറഞ്ഞു:

“എന്നാൽ നമുക്ക് പുഴയുടെ തീരത്തു പോയി ചേണിമണ്ണിൽ തടമെടുത്ത് കുരു നടാം വാ പോകാം.”

മുയൽ വിളിച്ചപ്പോൾ പൂച്ച പറഞ്ഞു:
"ഞാനില്ല ഞാനില്ല
പുഴയിലേക്ക് ഞാനില്ല
പെറ്റു കിടക്കുകയാണ് ഞാൻ
കുഞ്ഞുങ്ങളെ തനിച്ചാക്കി ഞാനില്ല.
കുഞ്ഞുങ്ങൾ വളർന്ന് വലിയവരാകട്ടെ
എന്നിട്ടു വരാം ഞാൻ."

പൂച്ചയുടെ സംസാരം കേട്ടപ്പോൾ മുയൽ തനിച്ചുപോയി പുഴയുടെ തീരത്തുചെന്ന് കിളച്ച് തടമെടുത്ത് തണ്ണിമത്തൻ കുരു നട്ടു.

വീട്ടിൽ വന്ന് വിവരം പൂച്ചയോട് പറഞ്ഞു. പൂച്ച സന്തോഷിച്ചു.

കുറച്ചു ദിവസം കഴിഞ്ഞപ്പോൾ മുയൽ കൃഷിസ്ഥലത്തു ചെന്നു നോക്കി. തണ്ണിമത്തൻ മുളച്ചു നില്ക്കുന്നതു കണ്ടു. മുയലിനു സന്തോഷമായി. വിവരം പൂച്ചയോട് വന്നു പറഞ്ഞു:

"കുറിഞ്ഞിപ്പൂച്ചേ ചങ്ങാതി
തണ്ണിമത്തൻ മുളച്ചല്ലോ
വളംവച്ച് മണ്ണിടണമല്ലോ
നീ വരുന്നോ?"
"ഞാനില്ല ഞാനില്ല
തൊണ്ണൂറു കഴിഞ്ഞ്
വരാം ഞാൻ" പൂച്ച പറഞ്ഞു.

മുയൽ തനിച്ച് കൃഷിക്കാരന്റെ വീട്ടിൽനിന്ന് ചാണകവും ചാരവും എടുത്തുകൊണ്ടു പോയി വളം വച്ചു. തണ്ണിമത്തൻ തഴച്ചു വളർന്നു.

ഒരുദിവസം മുയൽ വന്നു പൂച്ചയോട് പറഞ്ഞു:
"സുഹൃത്തേ ചൂട് കാലമായി
മത്തയ്ക്ക് നന തുടങ്ങേണ്ട
സമയമായി നമുക്ക്
നനയ്ക്കാൻ പോകാം."
"ഞാനില്ല ഞാനില്ല
നീ പോയി നനച്ചാൽ മതി
മക്കൾ വലിയവരാകട്ടെ

അപ്പോൾ ഞാൻ വരാം.” പൂച്ച പറഞ്ഞു.

മുയൽ തനിയെ പോയി തണ്ണിമത്തൻ നനച്ചു. ഒരു ദിവസം നനയ്ക്കാൻ ചെന്നപ്പോൾ മത്തൻ പൂവിട്ടു നില്ക്കുന്നതു കണ്ടു. മുയൽ സന്തോഷിച്ചു. പൂവിട്ട വിവരം പൂച്ചയോടു പറഞ്ഞു.

പൂച്ച മുയലിന്റെ അദ്ധ്വാനത്തെ അഭിനന്ദിച്ചു. മുയൽ ആഹ്ലാദം കൊണ്ട് വീർപ്പുമുട്ടി. ഒറ്റയ്ക്ക് പോയി ദിവസവും നനച്ചു. പൂവ് വിരിഞ്ഞു മത്തങ്ങ ഉണ്ടായി. മത്തങ്ങ മൂത്തു പഴുത്തു. മുയൽ പഴുത്ത തണ്ണിമത്തങ്ങ പറിച്ചുകൊണ്ടുവന്ന് ജ്യൂസ് ഉണ്ടാക്കി കുടിച്ചു.

മുയൽ ജ്യൂസ് കുടിക്കുന്നതു കണ്ടപ്പോൾ പൂച്ച ചെന്ന് ജ്യൂസ് തനിച്ചു കുടിക്കാതെ തനിക്കും മക്കൾക്കും തരണമെന്നു പറഞ്ഞു.

അപ്പോൾ മുയൽ ചോദിച്ചു:

“തണ്ണിമത്തൻ കുരു നട്ടതും വളം വച്ചതും നനച്ചതും ആരാണ്?”

“മുയൽ” പൂച്ച പറഞ്ഞു.

“എന്നാൽ ജ്യൂസു കുടിക്കുന്നതും മുയൽ തന്നെയാണ്.” എന്നു പറഞ്ഞ് മുയൽ ജ്യൂസ് കുറേശ്ശെ കുറേശ്ശെ സിപ്പ് ചെയ്തു കുടിച്ചു.

ഒരു പണിയും ചെയ്യാതെ മറ്റുള്ളവന്റെ പ്രയത്നത്തിന്റെ പങ്ക് ചോദിക്കുന്നത് മാന്യതയല്ല.